Qasid

Letters to the void

Zaildar Pargat Singh

BookLeaf
Publishing

India | USA | UK

Made with ❤ on the BookLeaf Publishing Platform
www.bookleafpub.in
www.bookleafpub.com

Dedication

ਅਰਪਣ

ਅਣਕਹੀਆਂ ਗੱਲਾਂ, ਬੇਸੁਰਤ ਲਹਿਰਾਂ, ਅਤੇ ਉਹਨਾਂ ਖਾਮੋਸ਼ ਪਲਾਂ ਨੂੰ, ਜੋ
ਕਵਿਤਾ ਬਣ ਕੇ ਰੂਹ ਨੂੰ ਛੂਹ ਲੈਂਦੇ ਹਨ।
ਅਤੇ ਉਹਨਾਂ ਸਭ ਨੂੰ, ਜੋ ਸਧਾਰਣ ਸ਼ਬਦਾਂ ਵਿੱਚ ਵੀ ਗਹਿਰਾਈ ਲੱਭਦੇ ਹਨ—
ਇਹ ਕਿਤਾਬ ਤੁਹਾਡੇ ਲਈ ਹੈ।

Preface

***Qasid*—a messenger**
—carries words that touch the heart and stir the soul.
This collection is a journey through emotions, thoughts,
and life's fleeting moments, woven into poetry of all
kinds.
As a new writer, my aim is to express deep meanings
using only the simplest, most familiar words. In
everyday language lies the power to move, to connect,
and to linger in the mind.
I hope these poems speak to you in their own quiet way.

Zaildar Pargat Singh

Acknowledgements

Acknowledgment

This book, *Qasid*, would not have been possible without
the love and support of those around me.
I am deeply grateful to my family and friends for their
encouragement, patience, and belief in my words. Their
unwavering support gave me the strength to bring this
collection to life.
Special thanks to a special person who always encourage
me no matter what.
A heartfelt thanks to my readers—your time and
connection with my poetry mean everything. May these
words find a place in your heart, just as they did in mine.
With gratitude,
Zaildar Pargat Singh

1. ਪਹਿਚਾਣਦਾ ਨਹੀਂ

ਮੈਨੂੰ ਦੁੱਖ ਨੁਕਸਾਨ ਦਾ ਨਹੀਂ
ਦੁੱਖ ਏ ਉਹ ਪਹਿਚਾਣਦਾ ਨਹੀਂ

ਤੇਰੇ ਜਾਣ ਤੋਂ ਡਰ ਲੱਗਦਾ ਏ
ਉਂਜ ਡਰ ਮੈਨੂੰ "ਜਾਨ" ਦਾ ਨਹੀਂ।

ਮਸਲਾ ਇਸ਼ਕ ਦੇ ਹੋਣ ਦਾ ਏ
ਮੁਸ਼ਕਿਲ ਜਾਂ ਆਸਾਨ ਦਾ ਨਹੀਂ

2. ਲੰਘ ਗਿਆ ਹੈ

ਕੇਰਾਂ ਫਿਰ ਤੋਂ ਲੰਘ ਗਿਆ ਹੈ
ਪਾਣੀ ਸਿਰ ਤੋਂ ਲੰਘ ਗਿਆ ਹੈ

ਹੁਣ ਨਹੀਂ ਮੁੜਦਾ ਜਿਹਨੂੰ ਲੱਬਣੈ
ਕਾਫ਼ੀ ਚਿਰ ਤੋਂ ਲੰਘ ਗਿਆ ਹੈ

3. ਕੀ ਨਹੀਂ ਬਣਦਾ

ਵੈਸੇ ਤਾਂ ਉਹ ਕੀ ਨਹੀਂ ਬਣਦਾ
ਬੰਦਾ , ਬੰਦਾ ਹੀ ਨਹੀਂ ਬਣਦਾ

ਮੈਂ ਉੱਨੀ ਤੋਂ ਇੱਕੀ ਬਣਿਆ
ਉਹ ਉੱਨੀ ਤੋਂ ਵੀਹ ਨਹੀਂ ਬਣਦਾ

4. ਘਰ ਬੈਠਾ ਏ

ਪੱਕਾ ਈ ਕਰ ਕੇ ਘਰ ਬੈਠਾ ਏ
ਮੇਰੇ ਦਿਲ ਵਿਚ ਡਰ ਬੈਠਾ ਏ

ਜੋ ਜੋ ਕਰਨ ਤੋਂ ਡੱਕਿਆ ਸੀ ਮੈਂ
ਦਿਲ ਉਹ ਸਬ ਕੁੱਛ ਕਰ ਬੈਠਾ ਏ

ਕਿੱਦਾਂ ਚੀਨਾ ਭਰੇ ਉਡਾਰੀ
ਹੱਥੀਂ ਕੱਟ ਕੇ ਪਰ, ਬੈਠਾ ਏ

ਤੇਰੀ ਸੋਚ ਤੋਂ ਬਾਹਰ ਇਹ ਉਹ
ਜੋ ਕੁਝ ਪਰਗਟ ਜਰ ਬੈਠਾ ਏ

5. ਮੇਰਾ ਕੰਮ ਜਾਣੇ

ਹਫ਼ਤਾ, ਦਿਨ ਜਾਂ ਮਹੀਨਾ ਲੱਗਣਾ ਏ
ਇੱਕ ਮੈਂ ਜਾਣਾਂ ਜਾਂ ਮੇਰਾ ਗ੍ਰਾਮ ਜਾਣੇ

ਇੱਕ ਵਾਰੀਂ ਤੂੰ ਛੱਡ ਕੇ ਦੇਖ ਮੈਨੂੰ
ਬਾਕੀ ਮੈਂ ਜਾਣਾ ਮੇਰਾ ਕੰਮ ਜਾਣੇ

6. ਝੂਠ ਬੋਲਦਾ ਹੋਵੇਗਾ

ਘੱਟ ਤੋਲਦਾ ਹੋਵੇਗਾ
ਰਾਜ਼ ਖੋਲ੍ਹਦਾ ਹੋਵੇਗਾ

ਬਾਹਲਾ ਸੱਚਾ ਬਣਦਾ ਏ
ਝੂਠ ਬੋਲਦਾ ਹੋਵੇਗਾ

7. ਆਪਣਿਆਂ ਲੁੱਟਿਆ ਹੋਵਗਾ

ਹੱਥੋਂ ਛੁੱਟਿਆ ਹੋਵੇਗਾ
ਆਪਣਿਆਂ ਲੁੱਟਿਆ ਹੋਵਗਾ

ਜੁੜਨ ਜੋਗਾ ਵੀ ਬਚਿਆ ਨਹੀਂ
ਅੰਦਰੋਂ ਟੁੱਟਿਆ ਹੋਵੇਗਾ

ਮੋਈ ਟਾਹਣੀ ਦੱਸਦੀ ਏ
ਜੜ੍ਹੋ ਤੋਂ ਪੁੱਟਿਆ ਹੋਵੇਗਾ

ਲਹੂ ਚੋਣਾ ਸੀ ਜ਼ਖ਼ਮਾਂ ਚੋਂ
ਅੱਖ ਚੋਂ ਛੁੱਟਿਆ ਹੋਵੇਗਾ

ਤੇਰੀ ਸੋਚ ਤੋਂ ਦੂਰ ਕਿਤੇ
ਤੇਰਾ ਦਿਲ ਸੁੱਟਿਆ ਹੋਵੇਗਾ

8. ਕਲਮ , ਕਦਮ ਤੇ ਸਾਹ

ਕਦੀ ਵੀ ਬਦਲ ਸਕਦੇ ਨੇ
ਸੱਜਣ , ਸਮਾਂ ਤੇ ਰਾਹ

ਕਦੀ ਵੀ ਰੁਕ ਸਕਦੇ ਨੇ
ਕਲਮ , ਕਦਮ ਤੇ ਸਾਹ

9. कैसा नहीं हूँ मैं

नहीं नहीं , ऐसा नहीं हूँ मैं
जैसा दिख रहा हूँ, वैसा नहीं हूँ मैं

अॉज इसके, कल उसके, परसों किसी और के पास
इनसान हूँ साहब, पैसा नहीं हूँ मैं

ये करो, वो ना करो, ये ही करो
तुम्हे कैसा चाहिए, कैसा नहीं हूँ मैं

10. कम पड़ता है

ਹਰ ਇਕ ਮਿਸਰਾ, ਕਮ ਪੈਂਦਾ ਹੈ
ਮੈਂ ਲਿਖੂੰ ਜਿਤਨਾ, ਕਮ ਪੈਂਦਾ ਹੈ

ਮੇਰੀ ਸੋਚ ਕਿਤਾਬੇਂ ਖਾ ਜਾਤੀ ਹੈ
ਮੇਰੀ ਪਿਆਸ ਕੋ ਦਰਿਆ ਕਮ ਪੈਂਦਾ ਹੈ

ਉਸ ਕੁਦਰਤ ਕੀ ਬੇਟੀ ਕੋ ਕਿਆ ਦੂੰ
ਮੇਰਾ ਹਰ ਇਕ ਤੋਹਫ਼ਾ ਕਮ ਪੈਂਦਾ ਹੈ

11. ਮੈਂ ਕੀ ਕਰਦਾ

ਰੂਹ ਤੇ ਪਰਦਾ
"ਮੈਂ" ਦਾ ਗਰਦਾ
ਪੀੜਾਂ ਜਰਦਾ
ਹੌਕੇ ਭਰਦਾ
ਮੈਂ ਕੀ ਕਰਦਾ

ਪਤਾ ਪਤਾ ਨਾ
ਤੇਰੇ ਘਰ ਦਾ

12. ਰੋ ਸਕਦੇ ਨੇ

ਅੱਧੇ ਪੂਰੇ ਹੋ ਸਕਦੇ ਨੇ
ਹੱਸਦੇ ਹੋਏ ਰੋ ਸਕਦੇ ਨੇ

ਸਿੱਲੀ ਅੱਖ ਤੇ ਮਾੜੀ ਛੱਤ
ਕਿਸੇ ਵੀ ਵੇਲੇ ਚੋ ਸਕਦੇ ਨੇ

13. ਕਹਾਣੀ ਜੋ ਸੀ

ਆਖਰ ਨੂੰ ਮੁੱਕ ਜਾਣੀ ਜੋ ਸੀ
ਤੇਰੀ ਮੇਰੀ ਕਹਾਣੀ ਜੋ ਸੀ

ਇਸ਼ਕਾ ਡੁੱਬ ਕੇ ਮਰ ਗਿਆ ਸੀ
ਨੈਣਾ ਵਾਲਾ ਪਾਣੀ ਜੋ ਸੀ

ਅੰਨ੍ਹੀ ਵੰਡ ਤਾਂ ਹੋਣੀ ਹੀ ਸੀ
ਯਾਰ ਹਕੂਮਤ ਕਾਣੀ ਜੋ ਸੀ

ਸਬ ਕੁਝ ਭੁੱਲ ਕੇ ਵੀ ਚੇਤੇ ਐ
ਓਹ ਇਕ ਯਾਦ ਪੁਰਾਣੀ ਜੋ ਸੀ

ਤੂ ਆਇਓਂ ਤੇ ਆਪੇ ਈ ਖੁੱਲ ਗਈ
ਉਲਝੀ ਹੋਈ ਤਾਣੀ ਜੋ ਸੀ

14. ਰੱਖਦੇ ਆਂ

ਦਰਦ ਦਿਲਾਂ ਵਿਚ ਮੁੱਖ ਤੇ ਹਾਸੇ ਰੱਖਦੇ ਆਂ
ਹੰਝੂਆ ਨੂੰ ਨੈਣਾਂ ਤੋਂ ਪਾਸੇ ਰੱਖਦੇ ਆਂ

ਸੱਜਣਾ ਦਾ ਅਸੀਂ ਨਾਮ ਸਮੰਦਰ ਰੱਖਿਆ ਏ
ਸੁਪਨੇ ਏਸੇ ਲਈ ਪਿਆਸੇ ਰੱਖਦੇ ਆਂ

ਭਰੇ ਵੇਖ ਕੇ ਲੋਕੀਂ ਮੰਗਣ ਆ ਜਾਂਦੇ
ਏਸੇ ਕਰਕੇ ਖਾਲੀ ਕਾਸੇ ਰੱਖਦੇ ਆਂ

15. ਰੋਟੀ ਰੱਬ ਤੋਂ ਪਹਿਲਾਂ

ਭੁੱਖੇ ਢਿੱਡ ਨੂੰ ਮਿਲ਼ਨੀ ਚਾਹੀਦੀ ਰੋਟੀ ਸਭ ਤੋਂ ਪਹਿਲਾਂ
ਹੋਉਗਾ ਰੱਬ ਸਭ ਤੋਂ ਵੱਡਾ, ਰੋਟੀ ਰੱਬ ਤੋਂ ਪਹਿਲਾਂ

16. ਨਹੀ ਦਿੰਦੇ

ਆਪਣਾ ਆਪ ਵਿਖਾਣ ਨਹੀ ਦਿੰਦੇ
ਮੈਨੂ ਲਿਖਣ ਜਾਂ ਗਾਣ ਨਹੀ ਦਿੰਦੇ

ਸੱਚੀ ਗੱਲ ਕੌੜੀ ਲੱਗਦੀ ਏ
ਸ਼ਾਇਦ ਤਾਹੀਂ ਧਿਆਨ ਨਹੀ ਦਿੰਦੇ

ਮੇਰੇ ਆਪਣੇ ਸੱਕੇ ਵੀ ਹੁਣ
ਹੱਕ ਮੇਰੇ ਵਿੱਚ ਬਿਆਨ ਨਹੀ ਦਿੰਦੇ

ਨੇੜੇ ਰੱਖ ਕੇ ਵੀ ਨਹੀ ਰਾਜ਼ੀ
ਦੂਰ ਵੀ ਮੈਨੂ ਜਾਣ ਨੀ ਦਿੰਦੇ

ਬਹੁਤ ਰੱਜੇ, ਭੁੱਖੇ ਨੂ ਐਥੇ
ਰੱਜ ਕੇ ਰੋਟੀ ਖਾਣ ਨਹੀ ਦਿੰਦੇ

ਜਿਹਦੇ ਬੋਲੇ ਸਮਝ ਔਂਦੀ ਏ
ਓਹਨੂ ਗੱਲ ਸਮਝਾਣ ਨਹੀ ਦਿੰਦੇ

"ਟਿਪ" ਮੋਟੀ ਵੀ ਦੇ ਔਂਦੇ ਨੇ
ਲੋੜਵੰਦ ਨੂੰ ਦਾਨ ਨਹੀਂ ਦਿੰਦੇ

ਰੋਟੀ ਟੁੱਕ ਚਲੌਣਾ ਏ ਜੀ
ਮੁਫਤ ਚ ਅਸੀਂ ਗਿਆਨ ਨਹੀ ਦਿੰਦੇ

ਵਖ਼ਤ ਤਾਂ ਕਹਿੰਦੈ ਮਾਰ ਕੇ ਛੱਡੂੰ
ਪਰ ਜਜ਼ਬੇ ਘਬਰਾਨ ਨਹੀ ਦਿੰਦੇ

17. ਸੂਰਜ ਢਲਦਾ ਹੋਵੇ

ਮੈਨੂੰ ਲੈਜਾ ਐਸੇ ਦੇਸ ਕਿਤੇ ਦਿਲਦਾਰਾ ਵੇ
ਜਿੱਥੇ ਤਾੜ ਦੇ ਰੁੱਖਾਂ ਪਿੱਛੇ ਸੂਰਜ ਢਲਦਾ ਹੋਵੇ

ਜਿਸ ਪਿੰਡ ਦਾ ਜੰਨਤ ਨਾਲ ਮੁਹਾਂਦਰਾ ਰਲਦਾ ਹੋਵੇ
ਜੰਗਲ ਵਿਚ ਹੋਵੇ ਛੰਨ ਤੇ ਦੀਵਾ ਬਲਦਾ ਹੋਵੇ

ਜਿੱਥੇ ਕੁਦਰਤ ਦੀ ਬੁੱਕਲ ਵਿੱਚ ਮੌਸਮ ਪਲਦਾ ਹੋਵੇ
ਜਿੱਥੇ ਮੌਸਮ ਦਾ ਕੋਈ ਮੰਜ਼ਰ ਰੂਹ ਨੂੰ ਛਲਦਾ ਹੋਵੇ

ਜਿਸ ਪਿੰਡ ਦੇ ਨੇੜੇ ਦੁੱਖ ਵੀ ਆਉਂਦੇ ਟਲਦਾ ਹੋਵੇ
ਜਿੱਥੇ ਇਸ਼ਕ ਦਾ ਬੂਟਾ ਵਧਦਾ ਫੁੱਲਦਾ ਫਲਦਾ ਹੋਵੇ

ਅਸਮਾਨ ਦੀ ਤਲੀ ਤੇ ਸੂਰਜ ਹਲਦੀ ਮਲਦਾ ਹੋਵੇ
ਜਿੱਥੇ ਅੰਬਰ ਬੱਦਲਾਂ ਵਾਲੀ ਵਲਗਣ ਵਲਦਾ ਹੋਵੇ

ਘਰ ਦੇ ਜਮਾਂ ਨੇੜੇ ਸੋਮਾ ਕੋਈ ਜਲ ਦਾ ਹੋਵੇ
ਮੈਨੂੰ ਲੈਜਾ ਐਸੇ ਦੇਸ ਕਿਤੇ ਦਿਲਦਾਰਾ ਵੇ
ਜਿੱਥੇ ਤਾੜ ਦੇ ਰੁੱਖਾਂ ਪਿੱਛੇ ਸੂਰਜ ਢਲਦਾ ਹੋਵੇ

18. ਗ਼ਜ਼ਲ ਦੇ ਵਰਗੀ

ਮੈਂ ਕਾਗਜ਼ ਤੂੰ ਗ਼ਜ਼ਲ ਦੇ ਵਰਗੀ
ਜਿਵੇਂ ਖ਼ੁਦਾ ਦੇ ਫ਼ਜ਼ਲ ਦੇ ਵਰਗੀ

ਮੈਂ ਨਕਲੀ ਤੂੰ ਅਸਲ ਦੇ ਵਰਗੀ
ਮੈਂ ਆਂ ਹਿਜਰ ਤੂੰ ਵਸਲ ਦੇ ਵਰਗੀ

ਅਣਸੁਲਝੇ ਜਹੇ ਪਜ਼ਲ ਦੇ ਵਰਗੀ
ਮੈਂ ਕੋਈ ਜੱਟ ਤੂੰ ਫਸਲ ਦੇ ਵਰਗੀ

19. ਭੁੱਲ ਜਾਨੇ ਆਂ

ਸਾਡੇ ਜਿਹਾ ਹੋਰ ਕਿਹੜਾ ਹੋਣਾ ਏ ਨਾਸ਼ੁਕਰਾ ਜੀ
ਪੈਸਾ ਹੱਥ ਆ ਜਵੇ ਤੇ ਆਨਾ ਭੁੱਲ ਜਾਨੇ ਆਂ

ਲੋੜ ਨਾਲੋਂ ਵੱਧ ਪੈਸਾ ਆਉਣ ਦੀ ਹੈ ਦੇਰ ਬੱਸ
ਓਦੋਂ ਅਸੀਂ ਆਪਣਾ ਬਗਾਨਾ ਭੁੱਲ ਜਾਨੇ ਆਂ

ਮਾੜਾ ਟੈਮ ਆ ਜਵੇ ਤੇ ਰੱਬ ਜੀ ਨੂੰ ਕੋਸਦੇ ਆਂ
ਹੈ ਸਾਡੇ ਕੱਮਾਂ ਦਾ ਈ ਜੁਰਮਾਨਾ ਭੁੱਲ ਜਾਨੇ ਆਂ

ਚਿਰਾਂ ਦੀਆਂ ਲੱਗੀਆਂ ਨੂੰ ਪਲਾਂ ਵਿੱਚ ਤੋੜ ਦਈਏ
ਲੱਮੇ ਨਾਲੋਂ ਲੱਮਾ ਵੀ ਯਰਾਨਾ ਭੁੱਲ ਜਾਨੇ ਆਂ

ਦੁੱਖ ਵੇਲੇ ਰੱਬ ਰੱਬ ਕਰਦੇ ਜ਼ਰੂਰ ਅਸੀਂ
ਸੁਖ ਵੇਲੇ ਪਰ ਸ਼ੁਕਰਾਨਾ ਭੁੱਲ ਜਾਨੇ ਆਂ

20. ਜ਼ੋਰ ਏ ਸੱਜਣਾਂ

ਜੋ ਵੀ ਕਹਿਨੈਂ ਮੰਨ ਲੈਨੇ ਆਂ ,
ਸਾਡਾ ਕਾਹਦਾ ਜ਼ੋਰ ਏ ਸੱਜਣਾਂ

ਦੁਖ ਸਾਡੇ ਤੈਨੂ ਨਜ਼ਰ ਨਹੀ ਔਂਦੇ,
ਨਜ਼ਰ ਤੇਰੀ ਕਮਜ਼ੋਰ ਏ ਸੱਜਣਾ

ਨਜ਼ਰ ਝੁਕਾ ਕੇ ਗੱਲ ਦੱਸਦਾਂ ਏ ,
ਤੇਰੇ ਦਿਲ ਵਿੱਚ ਚੋਰ ਏ ਸੱਜਣਾਂ ?

ਗੱਲ ਕਰਦੇ ਦੇ ਬੁੱਲ੍ਹ ਕੰਬਦੇ ਨੇ,
ਲੱਗਦੈ ਗੱਲ ਕੋਈ ਹੋਰ ਏ ਸੱਜਣਾਂ

ਟੈਮ ਤੇ ਆਕੇ ਬਾਦਲ ਗਿਆਂ ਏ,
ਬਦਲੀ ਤੇਰੀ ਤੋਰ ਏ ਸੱਜਣਾਂ

ਕਿਓ ਦੁਨੀਆਂ ਦੇ ਪਿੱਛੇ ਲੱਗਨੈਂ ,
ਦੁਨੀਆ ਮਤਲਬਖੋਰ ਏ ਸੱਜਣਾਂ

21. ਰੱਬ ਜੇ ਤੂੰ ਸੱਚੀਓਂ ਰੱਬ ਏ

ਰੱਬ ਜੇ ਤੂੰ ਸੱਚੀਓਂ ਰੱਬ ਏ , ਜੇਕਰ ਤੇਰੇ ਹੱਥ ਵਿੱਚ ਸਬ ਏ
ਫਿਰ ਕਿਉਂ ਦੰਗੇ ਹੁੰਦੇ ਨੇ, ਐਨੇ ਪੰਗੇ ਹੁੰਦੇ ਨੇ
ਹਰ ਦੂਜੇ ਦਿਨ ਹੱਥ ਕਿਸੇ ਦੇ ਖੂਨ ਚ ਰੰਗੇ ਹੁੰਦੇ ਨੇ
ਰੱਬ ਜੇ ਤੂੰ ਸੱਚੀਓਂ ਰੱਬ ਏ

ਰੱਬਾ ਤੇਰੀ ਮਰਜ਼ੀ ਬਿਨ ਜੇ ਹਵਾ ਦਾ ਬੁੱਲ੍ਹਾ ਵੀ ਨਹੀਂ ਚੱਲਦਾ
ਨਫ਼ਰਤ ਵਾਲੇ ਝੱਖੜ ਫਿਰ ਇਹ ਕੌਣ ਬਣਾਉਂਦਾ ਕੌਣ ਏ ਘੱਲਦਾ
ਹਰ ਇੱਕ ਬੰਦਾ ਤੇਰਾ ਈ ਬੰਦੈ ਝਗੜਾ ਈ ਫਿਰ ਕਿਹੜੀ ਗੱਲ ਦਾ
ਰੱਬਾ ਤੇਰੀ ਮਰਜ਼ੀ ਬਿਨ ਜੇ ਹਵਾ ਦਾ ਬੁੱਲ੍ਹਾ ਵੀ ਨਹੀਂ ਚੱਲਦਾ

ਰੱਬਾ ਜੇ ਸਬ ਚੰਗਾ ਮਾੜਾ ਹੁੰਦਾ ਤੇਰੇ ਭਾਣੇ ਵਿੱਚ ਹੈ
ਜੋਤ ਤੇਰੀ ਹੀ ਹਰ ਇੱਕ ਪਾਸੇ ਔਰਤ ਮਰਦ ਨਿਆਣੇ ਵਿੱਚ ਹੈ
ਮੰਦਰ ਵਿੱਚ ਹੈ ਮਸਜਦ ਵਿੱਚ ਹੈ ਗਿਰਜੇ ਜਾਂ ਨਨਕਾਣੇ ਵਿੱਚ ਹੈ
ਤੇ ਫਿਰ ਭੁੱਲ ਸਾਡੇ ਸਮਝਣ ਵਿੱਚ ਹੈ ਜਾਂ ਤੇਰੇ ਸਮਝਾਣੇ ਵਿੱਚ ਹੈ
ਰੱਬਾ ਜੇ ਸਬ ਚੰਗਾ ਮਾੜਾ ਹੁੰਦਾ ਤੇਰੇ ਭਾਣੇ ਵਿੱਚ ਹੈ

ਰੱਬਾ ਜੇ ਤੂੰ ਜਾਣੀ ਜਾਣ ਐ ਰੱਬਾ ਜੇ ਤੂੰ ਵੇਖ ਰਿਹਾ ਏਂ
ਪਤਾ ਈ ਹੋਣੈ ਤੈਨੂੰ ਅੱਜ ਕਲ ਤੇਰਾ ਈ ਬੰਦਾ ਵੇਚ ਰਿਹਾ ਏ
ਤੈਨੂੰ ਈ ਕਰ ਬਦਨਾਮ ਰਿਹਾ ਏ ਤੇਰੇ ਈ ਧਰ ਭੇਖ ਰਿਹਾ ਏ
ਰੱਬਾ ਜੇ ਤੂੰ ਜਾਣੀ ਜਾਣ ਐ ਰੱਬਾ ਜੇ ਤੂੰ ਵੇਖ ਰਿਹਾ ਏਂ

ਮੈਨੂੰ ਲੱਗਦੈ ਰੱਬਾ ਤੇਰੀ ਤੇਰੇ ਈ ਬੰਦੇ ਗੱਲ ਨਹੀਂ ਸੁਣਦੇ
ਮੁਸ਼ਕਿਲ ਮੁਸ਼ਕਿਲ ਰੌਂਦੇ ਨੇ ਸਭ ਪਰ ਮੁਸ਼ਕਿਲ ਦਾ ਹੱਲ ਨਹੀਂ ਸੁਣਦੇ